என் நீள் கனவுகளின் தொகுப்பு

கோமதி ஜெயக்குமார்

இப்புத்தகம் எனது பெற்றோர் மற்றும் சகோதரிக்குச் சமர்ப்பணம்.

பொருளடக்கம்

பொருளடக்கம்

பொருளடக்கம்

நன்றி

குறள் 522

விருப்பறாச் சுற்றம் இயையின் அருப்பறா
ஆக்கம் பலவும் தரும்.

மு.வரதராசன் விளக்கம்:

அன்பு நீங்காத சுற்றம் ஒருவனுக்குக் கிடைத்தால், அது மேன்மேலும் வளர்ச்சி குறையாத ஆக்கம் பலவற்றையும் அவனுக்குக் கொடுக்கும்.

என் எல்லா முயற்சிகளையும் பாராட்டி, விமர்சித்து, நம்பிக்கையூட்டி என் மேல் எப்போதும் அளவில்லா அன்பு காட்டும் எனது பெற்றோர், சகோதரிகள், சகோதரர்கள், நண்பர்கள், உறவினர்கள் மற்றும் இந்த புத்தகத்தைப் படிக்கத் தேர்ந்தெடுத்த வாசகர்களுக்கு எனது மனமார்ந்த நன்றிகள்.

– கோமதி ஜெயக்குமார்

முன்னுரை

வணக்கம் நண்பர்களே!

"என் நீள் கனவுகளின் தொகுப்பு" எனது முதல் புத்தகம். சிறு வயதிலிருந்தே புத்தகம் படிக்கும் ஆர்வம் அதிகம். தமிழ்ப் பாடல்களின் வரிகளை எப்போதும் ரசிப்பதுண்டு. அந்த ரசனை கொஞ்சம் கொஞ்சமாகத் தமிழ்ச் சொற்கள் மீது ஆர்வத்தை உண்டாக்கியது. என் முதுகலை படிப்பின் கோடை பயிற்சிக்குச் சென்ற ஆய்வு மையம் ஒரு செழிப்பான காட்டுப் பகுதியில் அமைந்திருந்தது. அங்கு சாலை நெரிசல், மாசு, சத்தம், கைப்பேசி சிக்னல் என எதுவும் இல்லாமல் இருந்தேன். அப்போது எனக்கு இருந்த ஒரே துணை தனிமையும் இயற்கையும் தான். பொழுது போக்கிற்காக வார்த்தைகளைக் கோர்க்கத் தொடங்கினேன். அப்படி உருவானது தான் இந்த புத்தகம்.

என் வாழ்க்கை நிகழ்வுகள், நான் ரசித்த மனிதர்கள், நண்பர்களின் அனுபவம், என் கற்பனை மற்றும் கண்ணோட்டத்தின் பிரதிபலிப்பே இப்புத்தகம்.

நீங்கள் என்னைப் பாராட்டவோ, விமர்சிக்கவோ அல்லது என்னிடம் உரையாட விரும்பினால், எனது இன்ஸ்டாகிராம் பக்கம் @smile.shine.love மூலமாகத் தொடர்பு கொள்ளலாம்.

நன்றி!

– கோமதி ஜெயக்குமார்

முகவுரை

இந்த புத்தகம் முழுக்க முழுக்க என் மனதில் இருக்கும் உணர்ச்சிகளின் தொகுப்பு. இதை நீங்கள் வாசிக்கும் பொழுது உங்கள் வாழ்வில் நடந்த ஏதோ ஒரு நிகழ்வு, நேசிக்கும் நபர், தொலைத்த உறவை நினைவூட்டும் விதமா- கவும் அல்லது உங்கள் பிம்பமாகவும் தோன்றலாம்.

இப்புத்தகத்தை நான் எழுத முக்கிய காரணம், எனக்கு அனுபவம் இல்லாத துறையில் நான் பதிக்கும் இந்த கால் தடம் என்னைப் போல் அல்லது என்னை விடச் சிறந்த எழுத்துத்திறன் உள்ள நண்பர்களை எழுத ஊக்குவிக்கும் என்பதே.

1. அம்மா

வலிகளைத் தாங்கிக் கொண்டு
ஆசைகளைத் தியாகம் செய்து
அன்பால் அரவணைத்து
சினம் கொண்டு சீர்திருத்தித்
துவண்ட நேரத்தில் தோள் கொடுத்து
என்நிலையையும் எதிர்கொண்டு
வலிமையாக வாழ கற்றுக் கொடுத்த தேவதை – என் அம்மா

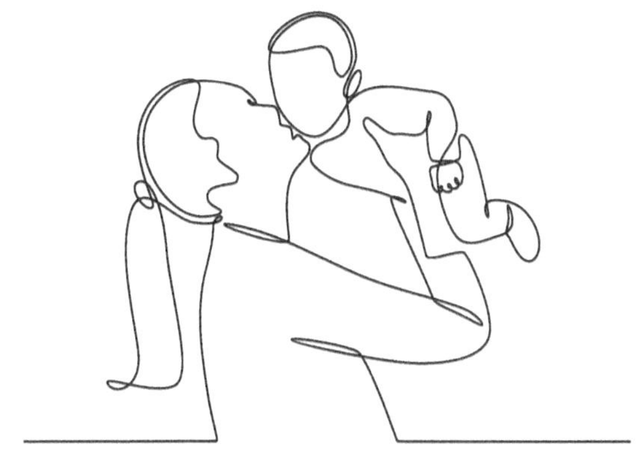

2. அவன்

பார்த்த உடன் சந்தோஷம் தரும் மனிதர்கள் எண்ணிக்கை சில மட்டுமே

அவ்வரிசையில் முதல் பார்வையிலே மகிழ்வித்தான்

கல்மிஷம் செய்யும் கண்கள், சிறு பிள்ளை போன்ற அதரம்

பூந்தோட்டமும் எங்கும் புன்னகை, வாய் மொழி அளவாய் கதைத்தலும்

அவன் கண் விழி கூறும் ஆயிரம் கதைகள்

வானில் கோடி நட்சத்திரங்கள் இருந்தாலும் ஈடாகாது பிரபஞ்சம் அடங்கிய அவன் கண்களுக்கு

ஏதோ தேடிச் சென்ற போது கிடைத்த பொக்கிஷம் அவன்!

3. காதல் பார்வை

உயிரற்ற நீர்வீழ்ச்சியே உறைந்து போனது
பெண் மட்டும் என்ன விதி விளக்கோ
அவன் கண்பட்ட நொடியில் உறையாமலிருக்க.

4. தொலைதூர உறவு

கருவறையில் இருக்கும் குழந்தையைக் காணாத தாயின் பாசம் போல் அவன் மீது காதல் - தொலைதூர உறவு

5. ஏமாற்றம்

எதிர்பாராமல் வந்த நட்பு கோரிக்கை
ஏற்றுக் கொண்டு நடந்த உரையாடல்கள்
நட்பையும் தாண்டி மலர்ந்த உறவு
தூக்கத்தைத் தொலைத்து புலனுமில் பேசிய நாட்கள்
மெதுவாக மலர்ந்த காதல்
வெகுவாக முடிந்து விட்டது
அவன் கடந்த கால காதலின் தாக்கமோ
இல்லை இவளின் நிகழ்கால சாபமோ
நேர மண்டலம் மட்டும் வெவ்வேறு இல்லை
பாதைகளும் என்று உணர்ந்தாள்
அவனின் முகப்புத்தகத்தில் வேறொரு பெண்ணோடு உறவுநிலை
பதிவு செய்தபோது.

6. பிரிவு

அவனைக் கண்டுகொள்ளாதது போல் நடித்துக்கொண்டே எப்போ-
தும் நினைத்துக் கொண்டிருந்தேன் - பிரிந்தாலும் அவன் மீது
காதல்.

7. சுகம்

சில்லென்று குளிரூட்டும் மார்கழி இரவில் சித்திரை வெய்யிலாகக் கதகதப்பு தரும் உன் நினைவுகள்.

8. கௌரவக் கொலை

வேண்டி வேண்டிப் பெற்றுக்கொண்டார்கள்
வேண்டாம் என்று வெட்டிவிட்டார்கள்
சாதி மதம் வென்று விட்டது
காதல் ஜோடிகளைக் கொன்றுவிட்டது.

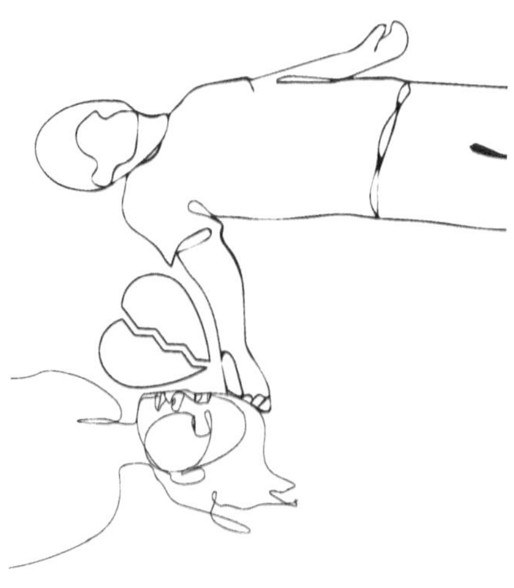

9. சகோதரி

தயவுசெய்து போய்த்தொலை என்று சொன்ன தங்கை, எப்போது வீட்டுக்கு வருவாய் எனக் கேட்கிறாள் திருமணம் முடிந்து சென்ற அக்காவிடம்.

10. சிகரெட்

என்னைப்போலவே கரிந்து அழிந்து விடுவாய் என்று வெண்கு-
ழல்வத்தி சொல்வது புரியாமல் புகை பிடிக்கிறார்கள்.

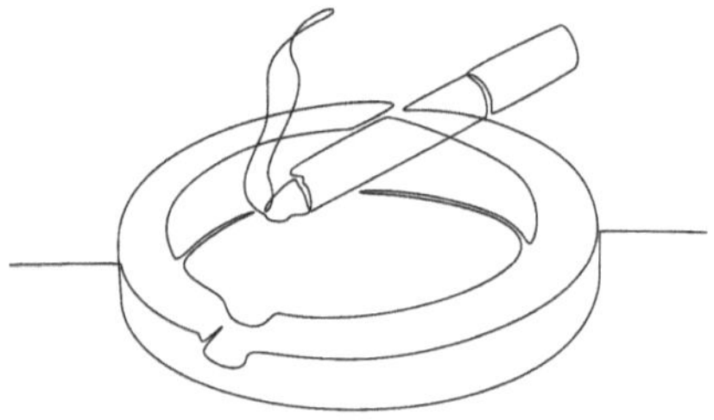

11. காலத்தின் சாபம்

இதயத்தில் இருக்கும் காதலைக் கொட்டி தீர்த்தாள் அவள்
கொட்டி தீர்த்த காதலை அள்ளிக் கொண்டான் அவன்
மனதில் இருக்கும் காதலைச் சொல்லத்துடிக்கிறான்
ஆனால் காலத்தின் சாபமோ அதைக்கொல்லத் துடிக்கிறது.

12. காதலி

விட்டுச் சென்று விடு எனச் சொன்னது அவன் உதடு
நான் சொன்னாலும் என்னை விட்டுச் செல்லாதே எனக் கூறியது
அவன் இதயம்
பொய்ச் சொல்லும் உதட்டை முத்தமிட்டு அவன் மெய் அணைத்-
துக்கொண்டாள் காதலி.

13. வரம்

என் இறுதி மூச்சில் நான் மறுபடியும் வாழ நினைக்கும் ஒரு தரு-
ணம் வரமாகக் கிடைக்குமெனில்
உன்னைச் சந்தித்த முப்பது நொடிகளையே கேட்பேன்.

14. மழலை

ஓடும் நதிகள் உறையும்
வெண்பனியும் உருகும்
அகராதிகள் மருவும்
என் மழலை பேசும் மொழியில்.

15. மோட்சம்

அவன் மீது படும் மழைத் துளிகளுக்கு மட்டும் மோட்சம்.

16. கடவுள்

கூட்டம் கூட்டமாக மாய்ந்துகொண்டிருக்கும் மண்ணில் கூட உயிரை ஜனிக்க வைக்கப் போராடிய அனைத்து மருத்துவர்களும் கடவுளே - சிரியா போர்.

17. விதி

என்னால் உன்னோடு வாழமுடியாது என்று சொல்லிய அப்பா
உங்களைப் பிரிந்தால் தான் எனக்கு நிம்மதி என்று கூறிய அம்மா
இவர்கள் மோதலில் கனவுகளைத் தொலைத்து நின்ற குழந்தை
இன்று சேர்க்கப்பட்டது ஆதரவற்றோர் விடுதியில்.

18. தற்கொலை தீர்வல்ல

சந்தேகத்தால் முறிந்தவை

வன்கொடுமையால் முடிந்தவை

மன வேற்றுமையால் பிரிந்தவை

மாற்றான் பேச்சைக் கேட்டு உடைந்தவை

பேராசையால் சிதைந்தவை

இவ்வுறவுகளை தாண்டியும் வாழ்க்கை இருக்கிறது

உயிரை மாய்த்துக்கொள்ளாமல் உன்னை மாற்றிக்கொண்டு வாழ்ந்து பார்

புதிதாகத் தெரியும், ஞாலம் மட்டும் அல்ல! உன் வாழ்க்கையும் தான்!

19. நித்திய நினைவுகள்

காதலில் சில நாள்
போகத்தால் மெய் சிவந்த சில நாள்
மலை மேகங்கள் நடுவே காதல் செய்த சில நாள்
கோபத்தில் பேசாமல் சில நாள்
மகிழ்ச்சிகளைப் பரிமாறிக் கொண்ட சில நாள்
அனைத்து சில நாள் நினைவுகளையும் கோர்த்து
இன்று பல நாட்கள் வாழ்ந்து கொண்டிருக்கின்றேன்
நீ இவ்வுலகைப் பிரிந்து சென்ற பிறகு.

20. அன்பு

சில நேரம் பிறந்த உடன் வரும்

சில நேரம் புரியாமல் வரும்

சில நேரம் நன்றாகப் புரிந்து கொண்ட பின்பு வரும்

சில நேரம் பிரிந்து சென்ற பிறகு வரும்

சில நேரம் பிணமான பின்பு வரும்

அன்பு!

21. காதல் தோல்வி

காதல் உண்டாக்கிய சோகம்
காலங்கள் சொல்லிப் போகும்
பிரிதல் உருவாக்கிய காயம்
பிறரால் உணர முடியாத மாயம்
சேர்த்து வைத்த நினைவும்
கூர் முல்லை போலே கீறும்
மறக்க நினைக்கும் போது
மறுபிறவி கொண்டு சீறும்
தப்பிச்செல்ல நினைத்தால்
திசையெட்டும் தோன்றும்
கட்டிக்கொள்ள நினைத்தால்
எதிர்காலம் சபிக்கும்
காதல் தோல்வியை எதிர்கொள்ளும் போது
மரண வலி உணரா மானுடம் ஏது?

22. போதை

போதை!

குழந்தைக்குத் தாய்ப் பால் மீது

உழவனுக்கு விவசாயம் மீது

ராணுவனுக்கு நாட்டின் மீது

நண்பர்களுக்கு நட்பின் மீது

மழைக்கு மண்ணின் மீது

வானுக்கு நிலவின் மீது

தாய்க்குப் பிள்ளைகள் மீது

தேனீக்குப் பூவின் மீது

தென்றலுக்கு இலையின் மீது

இவை அனைத்தும் ஒன்று கூடினாலும் தீராத போதை எனக்கு உன் மீது.

23. மழையும் அவளும்

கார்மேகம் சருகுகளைச் சுழற்றி அடிக்கும் காற்று
காற்றில் ஆடி ஒலி எழுப்பும் பச்சை மரங்கள்
அறிகுறி கண்டு அழகாய் தோகை விரித்த மயில்
பூக்கள் உதிர்ந்து விழுந்தது அவள் மேல்
தேகத்தில் பட்டுத் தெறித்தது முதல் மழைத் துளி
தப்பிச் செல்லாமல் அன்னார்ந்து பார்த்துக் காத்திருந்தாள்
மழை பொழிந்தது
அவள் நனைந்தாள் மழையில்
காதல் நனைத்தது என் மனதை.

24. ரசிகன்

மெல்லிய தூரிகை போன்ற இமை
பேரண்டம் அடங்கிய கரு விழி
வெள்ளி புறணி போன்ற கண் மை
ரோஜா இதழ்களைப் பூசிய கன்னம்
மல்லிகை மொட்டாக மூக்கு
சிறிது கண் இறக்கி கீழே பார்த்தால்
புன்னகையின் பிறப்பிடமாய் அவள் உதடு
யாழ் மீட்டிய இசை போன்ற சிரிப்பு
ரகசிய ரசிகனாக ரசித்துக் கொண்டிருக்கும்போது
அவள் இரு விழி பார்வையால்
ஒரு நொடி பின்னம் என் ஆண்மையை உறையச்செய்தாள்!

25. காதல் தாபம்

ஆழ் கடல் அலையே!
என் காதலியிடம் சொல்
அவளுக்காகக் காத்திருக்கும் காதலனின் எதிர்பார்ப்பை
இப்பிறவியிலும் இதற்கடுத்த பிறப்பிலும்
அவள் கைப்பிடித்து கால் அடியில் கிடக்க ஆசை என்று
என் உதிரத்திலும் உள்ளிருக்கும் ஆன்மாவிலும் கலந்தவள் அவள்
இடம் மாறிப் போனாலும் மனம் மாறாது என்றுணர்கிறேன்
எப்படியாவது என்னை வந்து சேரச்சொல்
ஒரு முறையாவது அவளில் நானும் எண்ணில் அவளும்
கரைந்து கட்டி அணைத்தபடி நின்று
கீழ் வானம் ரசிக்க ஒவ்வொரு நொடியும் தாபத்தோடு தவிக்கிறேன்
என்று!

26. தோல்விகளே வெற்றி

மழலையாய் எடுத்துவைத்த முதலடி தோல்வி

கரிக்கோல் பிடித்தெழுதிய முதலே குறைபாடு

பொருந்தா கால்களில் அணிந்த மிதியடி

தடுமாறி ஓட்டிய மிதிவண்டி

கையில் சாயம் பூசிய மை பேனா

சிதறி சாப்பிட்ட உணவு

கீழ் மேலாகப் போட்ட சட்டை பட்டன்

சிறுபிள்ளையாய் எடுத்த முதல் முயற்சி தோல்வி

ஆனாலும் துவண்டு போகவில்லை

வாழ்நாள் முழுவதும் முயன்று கொண்டே இருந்தால்

தோல்விகளே இல்லை!

27. விடியல்

இருக்க இடமின்றி அருந்த நீரின்றி மீதம் இருந்த உடைமைக-
ளைச் சுமந்த படி

சுழற்றி அடிக்கும் காற்றை எதிர்த்து அடையாளம் அழிந்து
சென்று கொண்டு இருந்தனர் மனிதர்கள்

அகண்ட ஆகாயத்திலிருந்து விழுந்தன நெருப்பு குமிழிகள்

எத்திசை எரிகிறது என்று உணரும் முன் மாண்டு கிடந்தன அரை
மனிதர் கூட்டம்

செழிப்பான மரங்கள் கரிந்து போயின ஒரே கணத்தில்

மிஞ்சி இருந்த உயிர்கள் நடைப் பிணமாய் சென்றடைந்தனர்
அகதிகள் முகாமில்

உடல்கள் தான் இடம் பெயர்ந்து சென்றன

உயிர் இன்னும் தாய் மண்ணை விட்டுப்பிரியவில்லை

தத்தெடுத்த நாடு நன்றாக வாழவைத்தாலும்

தாய் நாட்டின் கதகதப்பை அனுபவிக்க முடியாத வருத்தம் வாட்-
டிக்கொண்டு தான் இருக்கிறது

கதிரவன் தோன்றி மறைவது வெறும் நாட்கணக்கு தான்

போர் ஓய்ந்து, உதிரம் காய்ந்து, அனலை ஆற்ற கார்மேகம்
பொழிந்து

ஒளிந்திருக்கும் மீதி கூட்டமும் மழலைகளும் தயக்கம் உதறி

என்று அச்சம் இல்லாமல் மண்ணில் கால் ஊன்றி நடக்கிறார்-
களோ

அதுவே உண்மையான விடியல்.

28. சுய மரியாதை

பின்சென்று கொண்டே இருந்தாள்
அவன் அலட்சியத்தைப் பொருட்படுத்தாமல்
சுய மரியாதை கண்டித்தது
மனசாட்சி ஏசியது
நண்பர்கள் கூறிய ஆலோசனைகள் கரைந்தது காற்றில்
மனதில் தேக்கி வைத்த காதல் மறைத்து விட்டது
அனைத்தையும்
சுய மதிப்பை உணர்த்த பின்பு விலகிச் சென்றாள்
இன்று அவன் வருகிறான் அவள் காதலை உணர்ந்து
அவளோ வெகுதூரம் சென்று விட்டாள் பறந்து
காதல் சுய மரியாதையை என்றும் பார்ப்பதில்லை
பார்த்துவிட்டால் சுற்றி இருப்பவர்களைப் பற்றிச் சிந்திப்பதில்லை.

29. பேரார்வம்

கண் விழித்து
காலைக் கடன் முடித்து
காலை உணவைப் பாதி தின்று
கை கழுவவும் நேரமின்றி
அடித்துப் பிடித்து பேருந்தில் ஏறி
போக்குவரத்து நெரிசலில் சிக்கி
ஐந்து நிமிடங்கள் தாமதமாய் சென்ற அலுவலகத்திற்கு
அரை மணி நேரம் மேலாளரிடம் விளக்கம் அளித்து
யாருக்கு வேலை செய்கிறோம் என்று தெரியாமல்
செய்யும் வேலை பிடிக்காமல்
இருக்கும் வேலையை ஏற்றுக் கொண்டு செய்யும் போது
அடிமனதில் எரிமலையாய் வெடிக்கும் பேரார்வம்
அதைத் தொடர்ந்து செல்லலாம் என்று நினைத்தால்
வீட்டின் சூழல் பேரலையாய் அடித்து பேரார்வத்தை அணைத்து
விடும்
பிடித்ததையும் செய்யமுடியாமல் கிடைத்ததையும் மகிழ்விக்காமல்
பேரார்வத்தை என்றும் ஓர் கனவாய் வைத்திருப்பவர்கள் தான்
நடுத்தர வர்க்க மக்கள்!!

30. இயற்கையின் பாடம்

அனைவரும் ஓட்டம் பிடித்தது
உணவுக்காகவும் அத்தியாவசிய பொருட்களுக்காகவும் தான்
ஆடம்பரத்துக்காக அல்ல
இன்னிலையிலும் வாழ்ந்து கொண்டு தான் இருக்கிறோம்
இயற்கை அழகாகப் புரிய வைத்து விட்டது
ஆடம்பரம் வெறும் ஏமாற்று திரை
எளிமையும் மனிதநேயமும் தான் வாழ்க்கை முறை என்று!

31. அன்பே மதம்

பொறாமை, பேராசை, வஞ்சகம், வன்மம், தீண்டாமை, இகழ்ச்சி
வேற்றுமை, வெறுப்பு
இவை அனைத்தும் பேருருவம் கொண்டிருப்பது மனிதர்களிடம்
தான்
மாய்க்கும் குணம் மானுடன்னோடது அதற்கு மதம் என்ற சாயம்
பூசுவது ஏன்?
மதங்கள் போதிப்பது வன்முறை என்றால் எப்போதோ அழிந்து
போயிருக்கும் நம் குலம்
நிந்தை கூறுங்கள் ஆறறிவு கொண்ட மனிதனை
அன்பை மட்டுமே போதிக்கும் மதத்தை அல்ல!

32. நீங்கா நினைவுகள்

பனி சூழ்ந்த இரவு

பால் நிலவின் ஒளி

நட்சத்திரங்களின் அழகை ரசித்துக்கொண்டிருந்தாள்

வீசிய இளந்தென்றல் கண் முன் நிறுத்தியது அவன் நினைவு-
களை

உள் சென்று விடலாம் எனத் திரும்பினாள் தோன்றின இவை
அனைத்தும்

காதல் செய்த நொடிகள் மஞ்சத்தின் மேல்

முத்தம் வைத்த காட்சிகள் முற்றத்தில்

உடை மடிக்கும் வேளையில் இடை வருடிய கட்டில் அறை

காதல் சொட்ட நீராடிய நீச்சல் குளம்

தேநீர் பகிர்ந்த பூந்தோட்டம்

உதட்டோடு உணவு பரிமாறிக் கொண்ட மேஜை

நெற்றி முத்தங்கள் வைத்த வாசல்

கட்டி அணைத்தபடி நின்ற மாடி

நினைவுகளை வெறுக்க நினைத்தாள் மூச்சுக் காற்றுமே அவன்
வாசனையைப் பற்றிக்கொண்டது

மறக்கவும் முடியவில்லை மாய்த்துக்கொள்ளவும் மனம்
வரவில்லை.

33. உன்னால் முடியும்

உன் முன்னேற்றத்திற்கு முற்றுக்கட்கு உன் பயம் மட்டுமே
தாழ்வு மனப்பான்மையைத் தகர்த்தெறிந்து துணிச்சலுடன் செயல்
படு

மலைகள் கூட மண்ணளவு ஆகிவிடும்.

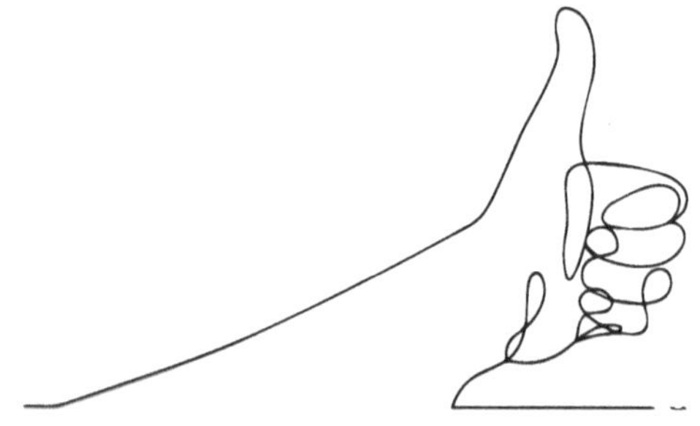

34. குறை

உடம்பால் கலங்குற்றோர் ஊனம் என்றால்
அதைச் சுட்டிக் காட்டி அவர்கள் உணர்ச்சிகளைப் புண்படுத்துப-
வர்களும் ஊனம் தான்
மனதளவில்!

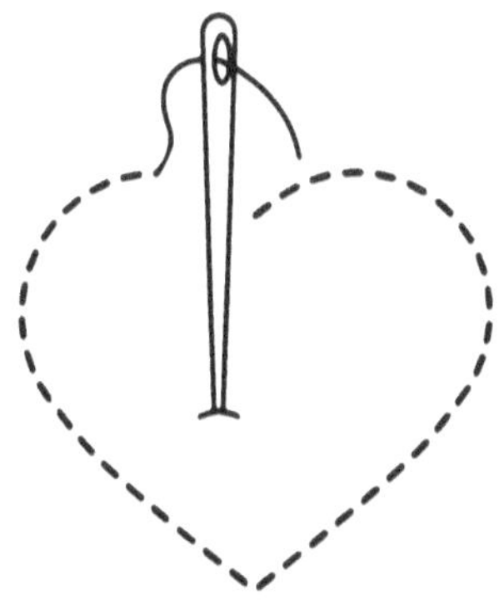

35. முயற்சியை கைவிடாதே

உன் முயற்சிகளை ஏளனமாகப் பார்க்கும் அதே கூட்டம் தான் நீ முன்னேறும் போது உன்னை ஏற்றியும் பேசும்!

36. ஈர்ப்பு

விலகிச்செல்ல நினைத்தாலும் சிறு பிள்ளை போல் அவனிடமே ஓடத் துடிக்கும் மனம்.

37. கிராமத்தின் அழகு

மூன்றடுக்கு மாடி வீடு

குளிர் சாதன அறைகள்

உட்புற நீச்சல் குளம்

வெளிநாட்டு உணவு வகைகள்

இவை எதுவும் ஈடாகாது

கிராமத்துத் திண்ணை

மாசற்ற காற்று

பச்சைப்பசும் நிலம்

பறந்து விரிந்த குளம்

பறவைகளின் ஒலி மற்றும் நிலாச்சோற்றுக்கு.

38. சொத்து

அடுத்த தலைமுறைக்குச் சேர்த்து வைக்க வேண்டிய சொத்து, வாழத் தகுதியான பூமி மட்டுமே.

39. இலவசத்தின் மதிப்பு

இலவசமாகக் கிடைக்கும் எதற்கும் மதிப்பில்லை என்பது உண்மை
தான்

காற்றை மாசு படுத்தி காசு கொடுத்து சுவாசிக்கும் கூட்டமடா
இது!

40. வசீகரம்

நின்று ரசித்துக்கொண்டிருப்பவனுக்குத் தெரியவில்லை
நீர்வீழ்ச்சியும் அவனைக் கண்ட வசீகரத்தில் தான் வீழ்கிறது
என்று.

41. இரவு வானம்

அகன்று விரிந்த பாயில் துயில் கொள்ளும் ஆயிரம் மழலைகள்
இரவு வானில் நட்சத்திரம்.

42. அவா

அவளைக் கட்டியணைத்தபடி நின்ற ஐந்து நிமிடங்களையே வாழ்நாள் முழுவதும் எதிர்பார்க்கிறது மனம்.

43. சிற்றின்பம்

விடிந்தெழுந்து பார்த்தேன்
செக்கச் சிவந்திருந்தது வானம் மட்டும் அல்ல
என்னவளின் முகமும் தான்.

44. பார்வை

உதிர்ந்து போன சருகிற்கு உயிரோட்டம் கொடுத்தது அவனின்
பார்வை.

45. அப்பா

நான் பிறக்கையில் மனம் நெகிழ்ந்து

கையில் ஏந்தி முத்தமிட்டு

வளர்க்கையில் கைபிடித்துத்

துவண்ட நேரத்தில் ஊக்குவித்துத்

தடுமாறிய போது தன்னம்பிக்கை ஊட்டி

தடம் மாறாமல் இருக்கக் கண்டித்து

என் கனவுகளை மெய்யாக்கி

தன்னலம் பாராமல் என் நலனைக் கருத்தில் கொண்டு

தாய்மையின் அருமையைப் போதித்த

பேராண்மை கொண்ட தாயுமானவர் - என் அப்பா!

விளக்கப்படங்கள் உதவி

திரு.ரூபன் அண்ணாதாஸ் அவர்களுக்கு நன்றி கூறுவதில் நான் மிகவும் மகிழ்ச்சியடைகிறேன். அவரது அற்புதமான விளக்கப்படங்கள் இந்த புத்தகத்தை மிக அழகாகவும் அர்த்-தமுள்ளதாகவும் ஆக்கியுள்ளது.

பிரீமியம் உரிமத்தைப் பயன்படுத்தி freepik.com ல்லி-ருந்து சில படங்கள் பதிவிறக்கம் செய்யப்பட்டன, மேலும் சில படங்களை திரு.ரூபன் அண்ணாதாஸ் அவர்களால் அழகாக வடிவமைக்கப்பட்டவை.